பிம்பம்

மணிராஜ் பால்துரை

பிம்பம் - கவிதை

முதல் பதிப்பு: ஜூன் 2022
பக்கம் : 44 பக்கங்கள்

வெளியீடு:
ஏலே பதிப்பகம்
5/175, பாத்திமா நகர்,
கூத்தென்குழி,
திருநெல்வேலி - 627104
தொடர்புக்கு: 9944992571

BIMBAM - Poetry

Author: Maniraj Pauldurai

First Edition: JUNE 2022
Pages : 44 pages

Published By:
Aelay Publish
5/175, Fathima nagar,
Kuthenkuly,
Tirunelveli - 627104
Phone: 9944992571

ISBN : 978-93-5533-217-2

காகிதக் கண்ணாடியில் எனது பிம்பம்

குழந்தை அழுவதைப்போல் எழுதிக் குவிக்கிறான் கவிஞன். பெரும்பாலும் குழந்தைகள் அழும் பொழுது சப்தம் மட்டுமே வருகிறது கண்ணீர் துளிகள் எளிதில் வருவதில்லை. அது போல் ஓர் கவிஞன் எவ்வளவுதான் எழுதித் தீர்த்தாலும் எல்லா சோகமும், கோபமும், மகிழ்ச்சியும், துக்கமும் மொத்தமாய் வெளியேறி விடுவதில்லை.

"கவிஞனின் கைகளுக்கு
கவிதை ஓர் ஏணி" தானே ...
ஆதலால் அவன் இடம் மாற்றி இடம் வரிகளின் வழியே மேலும் கீழுமாய் அலைந்து கொண்டே இருக்கிறான். ஏற்ற இறக்கங்களோடே பயணிக்கிறான், தடுமாறி கீழே விழாமல் இருக்க கையில் பேனாவை பற்றிக் கொள்கிறான்.

நான் தடுமாறி விழாமல் இருப்பதற்காக பேனாவை பற்றிக்கொண்ட நேரம்தான் பிம்பமானது.

இப்படி போதாமைகளால் நிரப்பப்பட்டதுதான் இந்த பிம்பம்.

மணிராஜ் பால்துரை

நன்றி

எனது படைப்புகளை அச்சிடும்
ஏலே பதிப்பக உரிமையாளர்,
அகமும் புறமும் இரு இருதயம்
கொண்ட இருதய ஆஸ்ட்ரோ
மற்றும் அதனை தொகுத்த
மார்ஷல் அவர்களுக்கும்
மேலும் எனது பல படைப்புகளுக்கு
ஏலேயும் என்னோடு சேர்ந்து பயணிக்கும்
என்ற நம்பிக்கை கலந்த நன்றிகள்.

மணிராஜ் பால்துரை

06-06-2022

பிம்பம்

அன்பெனப்படுவது
யாதெனில்
கேட்பதல்ல கொடுப்பது

மழையில் நனைய
குடைகளும்
விரும்புவதில்லை

மணிராஜ பாலதுரை

பிம்பம்

பிரம்மனின் பேனாவில்
மை தீர்ந்துவிட்ட இடம்
ஊனமாய் சில
உயிர்கள்

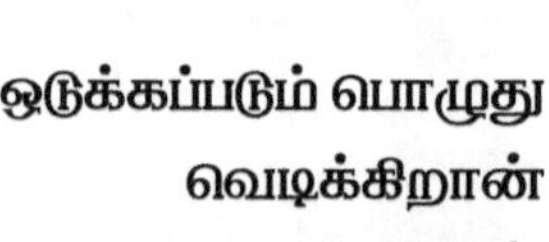

ஒடுக்கப்படும் பொழுது
வெடிக்கிறான்
மனிதன்

பிம்பம்

அலையாய் நீ
மணலாய் நான்
நம் மேல்
நடக்கும் காதல்
நம்முள் புதைந்து போகிறது

சிலையாய் நிற்கும்
உன்னை நம்பி
நான் தினம்
தொழுகிறேன்

பிம்பம்

நாளடைவில்
நைந்து போகிறது
வாழ்க்கை

கண்ணாடிகள்
உடைந்தாலும்
பிம்பங்கள்
உடைவதில்லை.

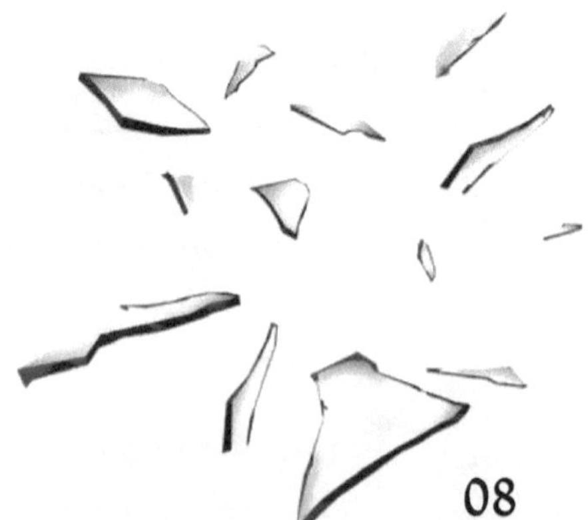

பிம்பம்

வேலி இட்டுத்
தடுத்தாலும்
வேர்கள்
கேட்பதில்லை

பழுதுகளோடே
கழிகின்றன
சில பொழுதுகள்

பிம்பம்

கருப்பு வெள்ளை
பாகுபாட்டை
உடைத்தது சதுரங்கம்
சமத்துவம் !

விடியலுக்காக
விழித்திருக்கிறான்
காவல்காரன்

பிம்பம்

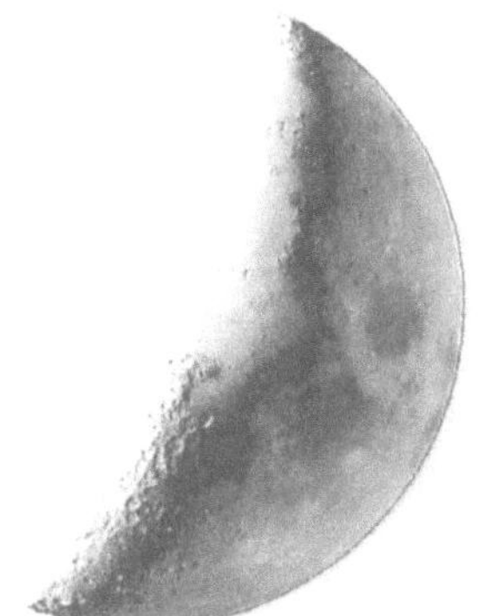

அணைக்க இயலா
விளக்கு
ஜன்னல் வழியே
நிலவொளி

அலைகடல் போல்
இருப்பதில்லை
ஆழ்கடல்

பிம்பம்

பிறக்க இயலா
பிழை
வீணாகும்
விதைத்துளி

வெட்டப்பட்ட மரத்தின்
வேர்கள்
அண்ணாந்து பார்க்குது
அடுக்ககத்தை

பிம்பம்

பூட்டிய வீட்டிற்குள்
புகுந்த வெள்ளம் போல்
இந்த காதல்

மனிதன்
மனிதனாவதற்கு முன்
இறந்து விடுகிறான்

பிம்பம்

தொடுதிரையில்
தொடங்குது
இன்றைய
காதல் கதைகள்

மொத்தமாய் கிழிந்தாலும்
நகர்வதில்லை நாட்கள்
நாட்காட்டியில்

பிம்பம்

மூகமூடி அணியும்
முகங்கள்
சிரிக்க மறந்து
இறுக்கமாய்
போனது

வெயிலை வெறுப்பதே
இல்லை
துணி துவைக்கும்
நாட்களில்

15

பிம்பம்

அவிழ்த்த பிறகு
அருவருப்பெல்லாம்
பார்ப்பதே இல்லை
காமம்

கடற்கரை மணலை
கரையோடு
உதறிவிட்டு
செல்வது போல்
சில உறவுகள்

மணிராஜ் பால்துறை

பிம்பம்

வண்ணத்துப் பூச்சிக்கும்
வானவில்லுக்கும்
கிடைக்கும் மரியாதை
காகங்களுக்கு
கிடைப்பதே இல்லை

ஓட்டமும் உறக்கமுமாய்
உறைந்து கிடக்குது
வாழ்க்கை

பிம்பம்

நான்கு சுவர்களுக்கு
நடுவே தனியே
சிக்கித் தவிக்கும்
கதவை போன்றது
காமம்

தொலைக்காட்சி தொடர்களில்
இன்னும் தொலையாமல்தான்
இருக்கின்றன
பழைய கூட்டு குடும்பங்கள்

மணிராஜ் பால்துரை

பிம்பம்

கனவுகளை கொல்லுது
அலார ஓசை

ஊரெல்லாம்
உறங்கிப்போனது
உளறிக் கொண்டிருக்கிறது
மின்விசிறி

பிம்பம்

முடிவுகள் தெரிந்திருந்தாலும்
படம் பார்க்கும்
ஆர்வம் மட்டும்
குறைவதே இல்லை
நீலப்படங்களில்

காகத்தின் தாகம்
தீர்க்கும் மழைத்துளி
போன்றதே வாழ்க்கை

மணிராஜ் பாலதுரை

பிம்பம்

வர்ணம் தீட்டாதே
மனிதனுக்கு

விடியலில் முற்றம்
காத்திருக்கிறது
அவள் விரல்
வைக்கும்
முத்தங்களுக்கு

மணிராஜ் பால்திருரை

பிம்பம்

பாழுடைந்த கிணற்றில்
ஊற்றுநீர் என்ன
சேற்று நீர் கூட
இருப்பதே இல்லை
மனமுதிர்ச்சி !

என் முடி கொட்டுவதற்கு
என்னை விட அதிகம்
வருத்தப்படுபவர்
சலூன் கடைக்காரர்

பிம்பம்

பறவையின் எச்சத்தில்
முளைத்த செடிகளாய்
இங்கே குழந்தைகள்
ஆதரவற்றோர் இல்லத்தில்

புகையில்
ஓவியம் வரைந்து
தூரிகையை
காலால் மிதிக்கிறான்
புகை பிடித்தவன்

பிம்பம்

என்னை விட்டு போகும்
உன்னை கட்டி கொள்கிறேன்
ஓடும் கடிகாரத்தை
கையில் கட்டிக்கொள்வது
போல்

நீங்கள் அரசர்கள்
நாங்கள் அசுரர்கள்

பிம்பம்

விடியலுக்கு பின்
நான்
நானாக வேண்டும்

மின் கம்பிகள் பட்டு
மின்னல்கள்
துண்டிக்கப்பட்டதோ
அவளின் பார்வையால்

பிம்பம்

குழல் சொல்லும்
காற்றின் குரல்

சவ ஊர்வலம்
வெட்டப்பட்ட
மரத்திலிருந்து
தெருவெல்லாம்
உதிர்ந்த பூக்கள்

பிம்பம்

பிம்பங்களற்ற கண்ணாடிகள்
உன் நினைவற்ற நான்
இரண்டும் கேள்விக்குறிதான்

உச்சம் தொடுவதென்பது
வெற்றியல்ல
வாழ்வில் அதுவும்
ஓர் அனுபவம்
அவ்வளவுதான்

மணிராஜ் பாலதுரை

பிம்பம்

நரை கூடும் வொழுது
வாழ்வின் திரை
மூடப்படுது

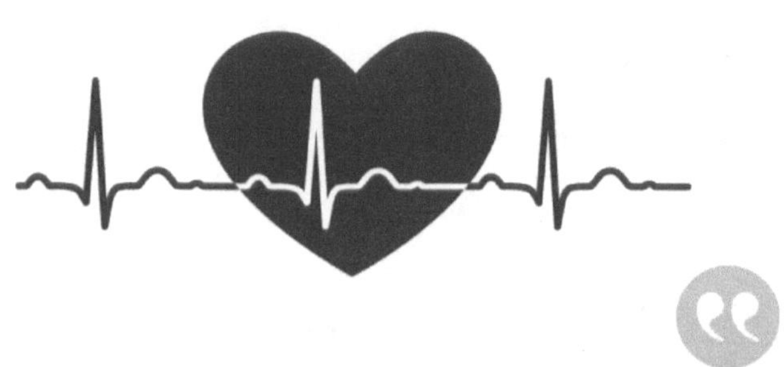

கல்லடி பட்டவன்
கதறுவதைபோல்
காதலடி பட்டு
புலம்புகிறேன்
உலகம் அதை
கவிதை என்கிறது

பிம்பம்

நீ அவிழ்க்கிறாய்
நான் அழுகிறேன்
கருவில் குழந்தை

விளக்குகள் வெவ்வேறாயினும்
வெளிச்சம் ஒன்றுதான்
அப்படிதான் இறைவனும்

பிம்பம்

புதர்கள் வெட்டப்பட்டதால்
கூட்டம் குறைந்து போனது
பூங்காவில்

பிம்பம்

தொடங்கிய இடத்தில்
முடியுது வாழ்க்கை
எளிதில் உணர்த்தியது
மருத்துவமனை கட்டில்

இரவெல்லாம் கொட்டித்
தீர்த்தது மழை
மறுநாள் காலையில்
தண்ணீர் பஞ்சம்
மனிதனுக்கு

மணிராஜ் பாலதிரை

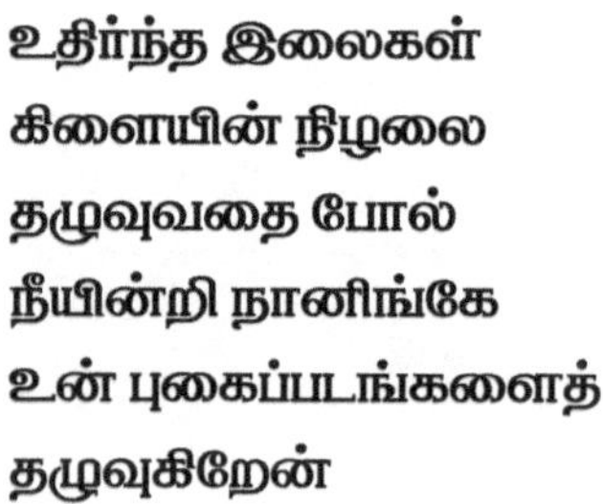

உதிர்ந்த இலைகள்
கிளையின் நிழலை
தழுவுவதை போல்
நீயின்றி நானிங்கே
உன் புகைப்படங்களைத்
தழுவுகிறேன்

இறைவன் என்ன
சிலையின் பிழையா?

பிம்பம்

நாம் உடுத்திய
துணியே
நம் அம்மணத்தை
களவாடுமோ..?

நகரும் நாட்களை
உறைய வைக்கிறேன்
நாட்குறிப்பில்

33

பிம்பம்

நேரம் சரியில்லை
என்று புலம்புகிறான்
கடிகாரக் கடைக்காரன்

போதை
சில மனிதர்களை
மனிதனாய் இருக்க
விடுவதில்லை
சில மனிதர்களை
இருக்கவே விடுவதில்லை

பிம்பம்

அவளை விட்டு
தனியே பறக்க
முடிவதே இல்லை
மிகவும் கனமானது
காதல் சிறகுகள்

மற்றொருவரின்
வாழ்வை
எட்டிப்பார்க்கிறேன்
புத்தகத்தின் வழியே

பிம்பம்

எனது உறக்கம்
இயற்கை
எய்திவிட்டதோ

காற்றில் திரியும்
மேகமாய் இந்த
மனித வாழ்க்கை
ஒர் நாள்
மறைந்தும் விடுகிறது

பிம்பம்

அம்மணம் தாண்டி
அம்மனம் தொடுவதே
காதல்

சூரியனாயினும்
விழுந்து எழுந்தால்தானே
உண்டு வெளிச்சம்

பிம்பம்

உயிரை தவிர
வேறெதையும்
எதிர் பார்ப்பதில்லை
மரணம்

யாருமில்லா வீதிக்கும்
வெளிச்சம் தருது
தெருவிளக்கு

பிம்பம்

ஓடையை சேரும்
நீரைப்போல்
மெல்ல நகருது
நாட்கள்

எனது பயணம்
உனது உபயம்

பிம்பம்

பிம்பம்

யார் வீட்டு மரமோ
நமக்கு நிழல்
தருவது போல்
இந்தக் காதல்

இதுவரை
குப்பைத் தொட்டியை
காணாத காகிதம்
பணம்

பிம்பம்

சூரையை பிய்த்துக்கொண்டு
கொட்டுமாம் அதிர்ஷ்டம்
வீதியில் வசிப்போர்கள்
இன்னும் இருக்கிறார்களே?

ஒளி
ஒளிந்த பின்
இருளாகிறது

பிம்பம்

ஞாயிறு
முதலிரவாய் ஓர்
பகல் ஆனது

பார்வையற்றவனின்
கற்பனையில்
மனிதன்
எப்படி இருப்பான்?

43

பிம்பம்

கவிதைகளே
கவிஞனின்
ஏணி

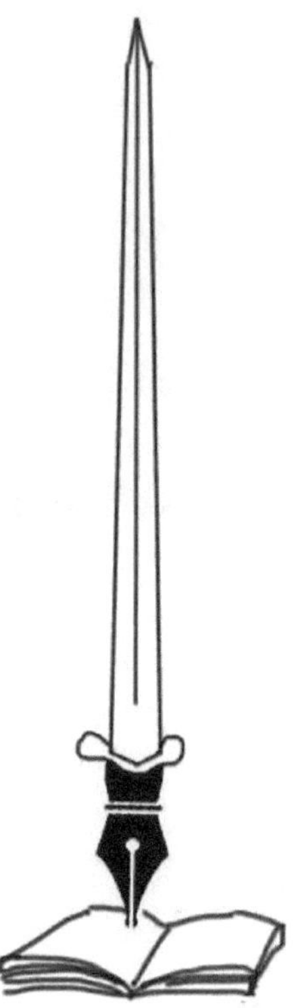

பயனில்லாதவர்களை
யாரும் விரும்புவதில்லை
வேகமான விடியலை போல்